పండిట్జీ

ఒకప్పుడు, ఒక వ్యక్తి పండిట్ కావాలని కోరుకున్నాడు. అతను బీర్బల్ యొక్క తెలివి మరియు వివేకం గురించి చాలా విన్నాడు. కాబట్టి, అతను అతని వద్దకు వెళ్లి, "సార్, నేను నేర్చుకున్న వ్యక్తిని కావాలనుకుంటున్నాను, కానీ నేను చదవడం లేదా వ్రాయడం నేర్చుకోవడంలో సంవత్సరాలు గడపలేను. దయచేసి నాకు ఒక మార్గం చెప్పండి."

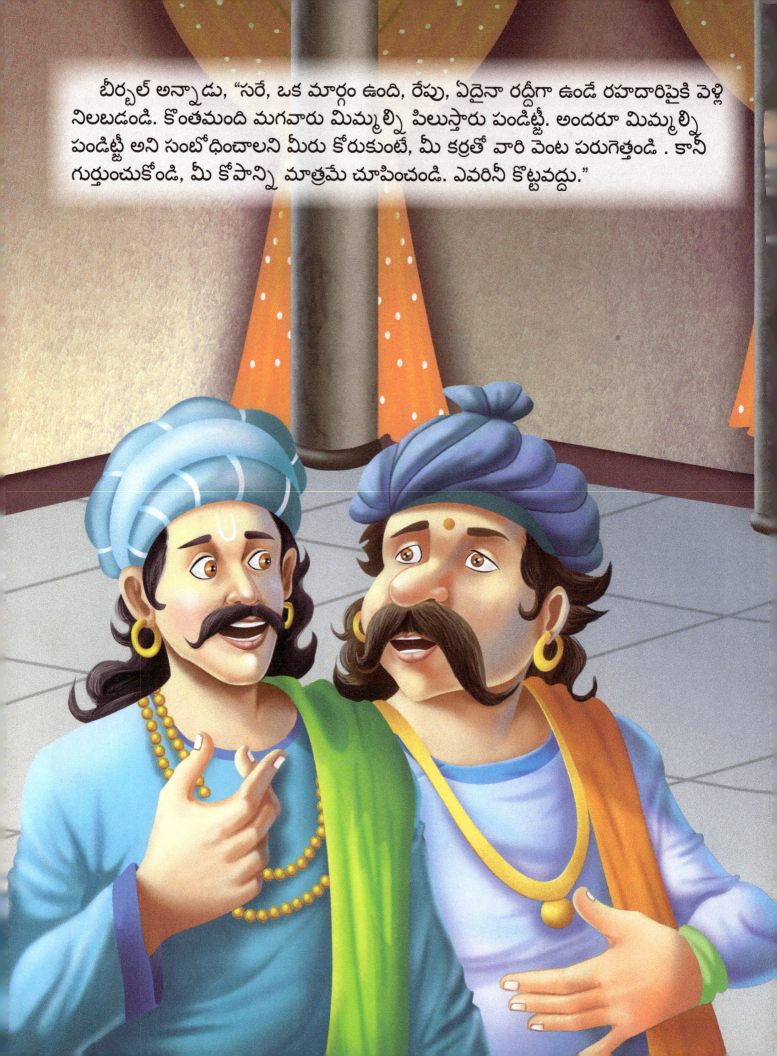

బీర్బల్ అన్నాడు, "సరే, ఒక మార్గం ఉంది, రేపు, ఏదైనా రద్దీగా ఉండే రహదారిపైకి వెళ్లి నిలబడండి. కొంతమంది మగవారు మిమ్మల్ని పిలుస్తారు పండిట్జీ. అందరూ మిమ్మల్ని పండిట్జీ అని సంబోధించాలని మీరు కోరుకుంటే, మీ కర్రతో వారి వెంట పరుగెత్తండి . కానీ గుర్తుంచుకోండి, మీ కోపాన్ని మాత్రమే చూపించండి. ఎవరినీ కొట్టవద్దు."

మరుసటి రోజు, అతను రోడ్డు మీద నడుచుకుంటూ వెళ్తున్నాడు. అకస్మాత్తుగా, బీర్బల్ యొక్క కొందరు వ్యక్తులు అతన్ని "పండిట్జీ! పండిట్జీ!" అని పిలవడం ప్రారంభించారు. కొద్దిసేపటికే, అక్కడ ఆడుకుంటున్న చాలా మంది పిల్లలు వారితో చేరారు. అందరు అతనిని ఆటపట్టిస్తూ, "పండిట్జీ! పండిట్జీ!" ఆ వ్యక్తి సహనం కోల్పోయి చేతిలో కర్రతో ప్రజల వెంట పరుగెత్తాడు.

ఆ రోజు నుంచి ఎక్కడికెళ్లినా దారిలో వెళ్లేవాళ్లు ఆయన్ను పిలిచి ఎగతాళి చేసేవారు.

"పండిట్జీ! పండిట్జీ!" త్వరలో, ఆ వ్యక్తిని అందరూ ఈ పేరుతో పిలవడానికి విసుగు చెందారు. చాలా కలవరపడి, అతను మళ్లీ బీర్బల్‌ని సందర్శించి, "అయ్యా, నేను ఇకపై పండిట్‌జీ అని సంబోధించడం ఇష్టం లేదు. ఇప్పుడు అందరూ నన్ను ఎగతాళి చేస్తున్నారు." బీర్బల్ అతనికి పట్టణం వదిలి కొన్ని సంవత్సరాల విరామం తర్వాత తిరిగి రావాలని సలహా ఇచ్చాడు. కాలక్రమేణా, ప్రజలు అతనిని మరియు అతని కొత్త పేరును మరచిపోతారని బీర్బల్ అతనికి చెప్పాడు.

ఆ వ్యక్తి బీర్బల్ సలహాను అనుసరించాడు. చాలా కాలం తర్వాత ఊరికి తిరిగి వచ్చాడు. ఆ సమయానికి, చాలా మంది ప్రజలు అతన్ని మరచిపోయారు. ఎవరూ అతనిని ఎగతాళి చేయలేదు లేదా పండిట్జీ అని పిలవలేదు. మరియు ఎవరైనా కూడా అని పండిట్జీ అని సంబోధించాడు, అతను చిరాకు పడలేదు.

అతను బీర్బల్ తెలివితేటలను మెచ్చుకున్నాడు. అది నిజమని గ్రహించినందుకు ధన్యవాదాలు కూడా చెప్పాడు ఆనందం స్వయంగా ఉండటంలోనే ఉంది.

టిట్ ఫర్ టాట్

అక్బర్ చక్రవర్తికి బీర్బల్ అంటే చాలా ఇష్టం. అతనితో తరచూ మాయలు ఆడేవాడు. ఒకరోజు, అతను నైపుణ్యం కలిగిన వడ్రంగిని పిలిచి, తన గదిలోని టేబుల్‌పై ఒక మాయా పరికరాన్ని అమర్చమని అడిగాడు. అతను టేబుల్ మీద ఒక ఆపిల్ ఉంచాడు. అతను బీర్బల్‌ని తన గదికి పంపించాడు. అతనే తెర వెనుక దాక్కున్నాడు.

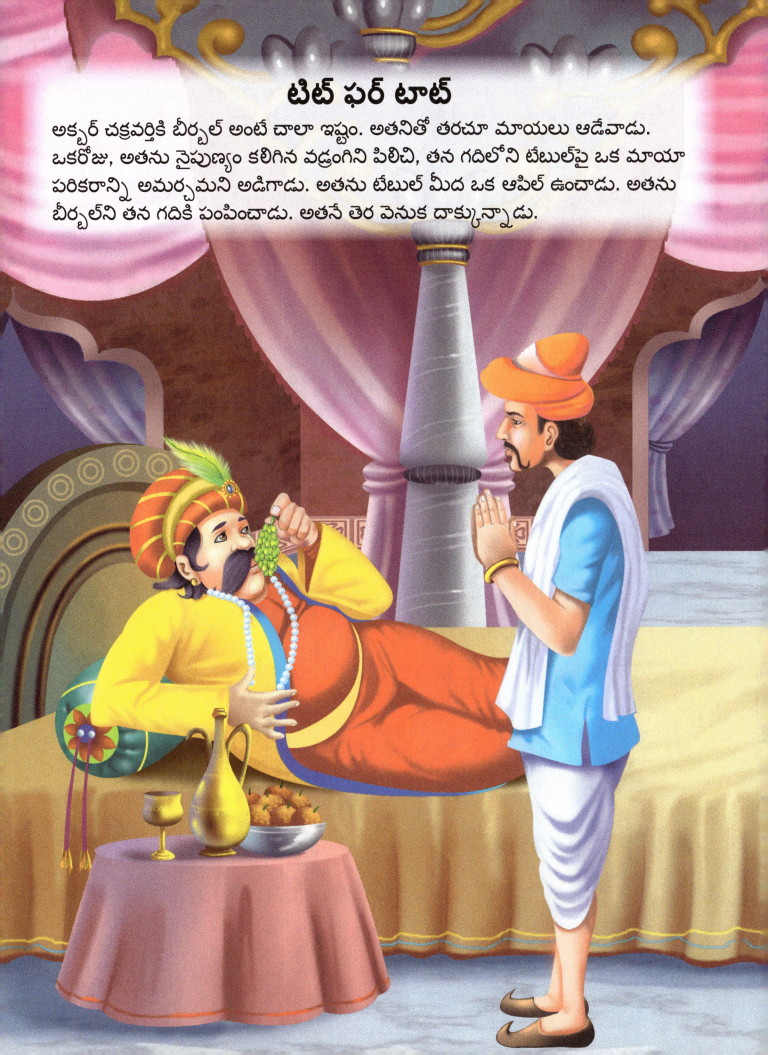

బీర్బల్ గదిలోకి ప్రవేశించి టేబుల్‌పై పడి ఉన్న ఆపిల్‌ను చూశాడు. దాన్ని తీయడానికి దగ్గరికి వెళ్ళాడు. అతను వంటి దానిని తాకినప్పుడు అతని చేయి యాపిల్‌కి తగిలింది.

వెంటనే చక్రవర్తి బయటకు వచ్చి వెక్కిరిస్తూ అన్నాడు. "ఇప్పుడు, రాజభవనం నుండి చిన్న చిన్న వస్తువులను దొంగిలించేది నువ్వేనని నాకు అర్థమైంది. ఈసారి, నేను నిన్ను క్షమించాను. ఇంకెప్పుడూ అలాంటి పని చేయవద్దు. మీరు ఇప్పుడు వెళ్ళవచ్చు." బీర్బల్ అవమానంగా భావించి గది నుండి వెళ్లిపోయాడు.

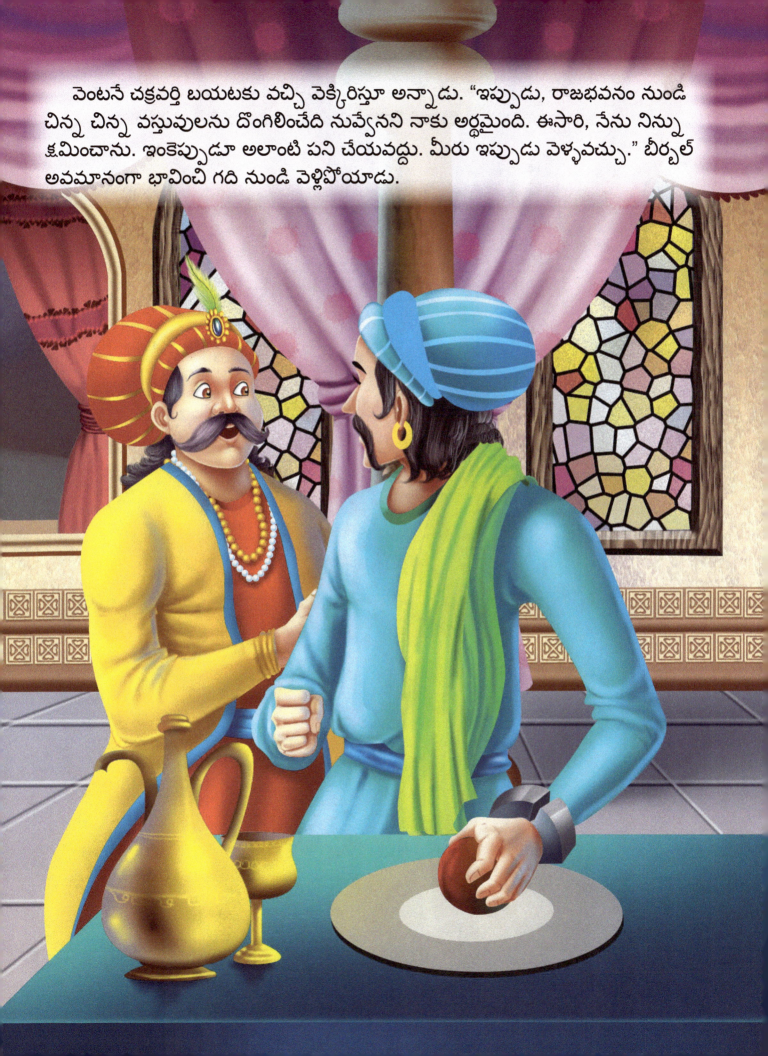

కొన్ని రోజుల తర్వాత అక్బర్ వేట కోసం అడవికి వెళ్లాడు. అతను అడవిలో చాలా లోతుకు చేరుకున్నప్పుడు, అతను ఒక విన్నాడు బిగ్గరగా కేకలు వేసి, "ఏయ్! నువ్వు ఎవరు? ఆగు!"

చక్రవర్తి తన ముందు ఒక పెద్ద వెదురు కర్రతో నిలబడి ఉన్న ఒక పెద్ద, వికారమైన గిరిజన వ్యక్తిని చూశాడు. అతను అరిచాడు, "ఎవరి అనుమతితో మీరు ఈ అడవిలో ప్రవేశించారు? నేను నిన్ను శిక్షించాలనుకుంటున్నాను. ఇది సమయం, నేను మిమ్మల్ని వెళ్ళడానికి అనుమతిస్తున్నాను. మీరు బయలుదేరే ముందు, "అడవి దేవుడిలా" అని ఐదుసార్లు చెప్పండి. అక్బర్ అలా చేసి, చాలా సిగ్గుతో రాజభవనానికి తిరిగి వచ్చాడు.

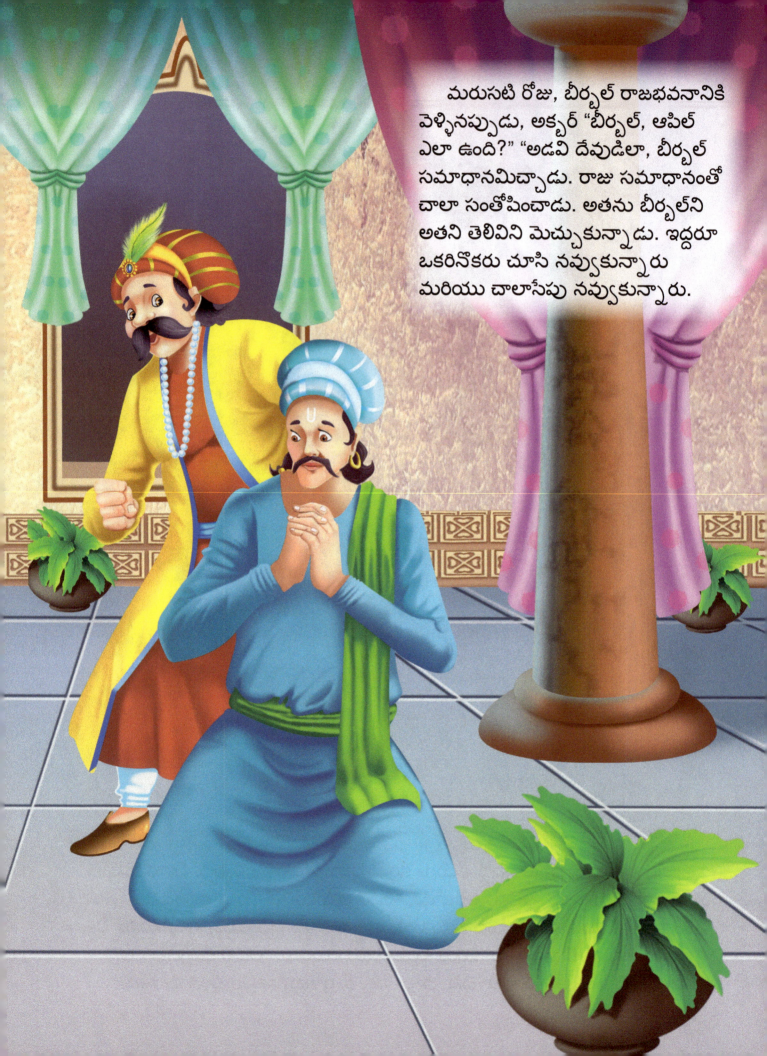

మరుసటి రోజు, బీర్బల్ రాజభవనానికి వెళ్ళినప్పుడు, అక్బర్ "బీర్బల్, ఆపిల్ ఎలా ఉంది?" "అడవి దేవుడిలా, బీర్బల్ సమాధానమిచ్చాడు. రాజు సమాధానంతో చాలా సంతోషించాడు. అతను బీర్బల్ని అతని తెలివిని మెచ్చుకున్నాడు. ఇద్దరూ ఒకరినొకరు చూసి నవ్వుకున్నారు మరియు చాలాసేపు నవ్వుకున్నారు.

ఎవరు ఎక్కువ తెలివైనవారు

ఒకరోజు బీర్బల్‌ను చూసి అసూయపడిన కొందరు సభికులు అక్బర్ వద్దకు వెళ్లి, "యువర్ హైనెస్! తాన్సేన్ ప్రపంచంలోనే పేరుగాంచిన గాయకుడు. కాబట్టి బీర్బల్‌కు బదులుగా అతనిని మీ ప్రధానమంత్రిగా ఎందుకు నియమించకూడదు?" అక్బర్ ఆ సూచనకు పెద్దగా సంతోషించలేదు మరియు "నేను చూసుకుంటాను. అయితే వారిద్దరికీ పరీక్ష జరగాలి. మరియు ఎవరైతే జ్ఞానవంతులని నిరూపించుకుంటారో వారు ప్రధానమంత్రి అవుతారు" అని చెప్పాడు.

మరుసటి రోజు, అక్బర్ బీర్బల్ మరియు తాన్సేన్‌లను పిలిచి, ఒక్కొక్కరికి ఒక సీల్డ్ లేఖ ఇచ్చాడు. అతను "వెళ్లి దీన్ని రష్యా చక్రవర్తికి అప్పగించు. దాని సమాధానంతో నువ్వు తిరిగి రావాలి" అన్నాడు.

బీర్బల్ మరియు తాన్సేన్ రష్యా చేరుకుని రష్యా చక్రవర్తికి లేఖలు అందజేశారు. చక్రవర్తి లేఖ తెరిచాడు. అందులో "దయచేసి ఈ దూతలను ఉరి తీయండి" అని రాసి ఉంది. వెంటనే, బీర్బల్ మరియు తాన్సేన్‌లను ఉరితీయమని చక్రవర్తి తన మనుషులను ఆదేశించాడు.

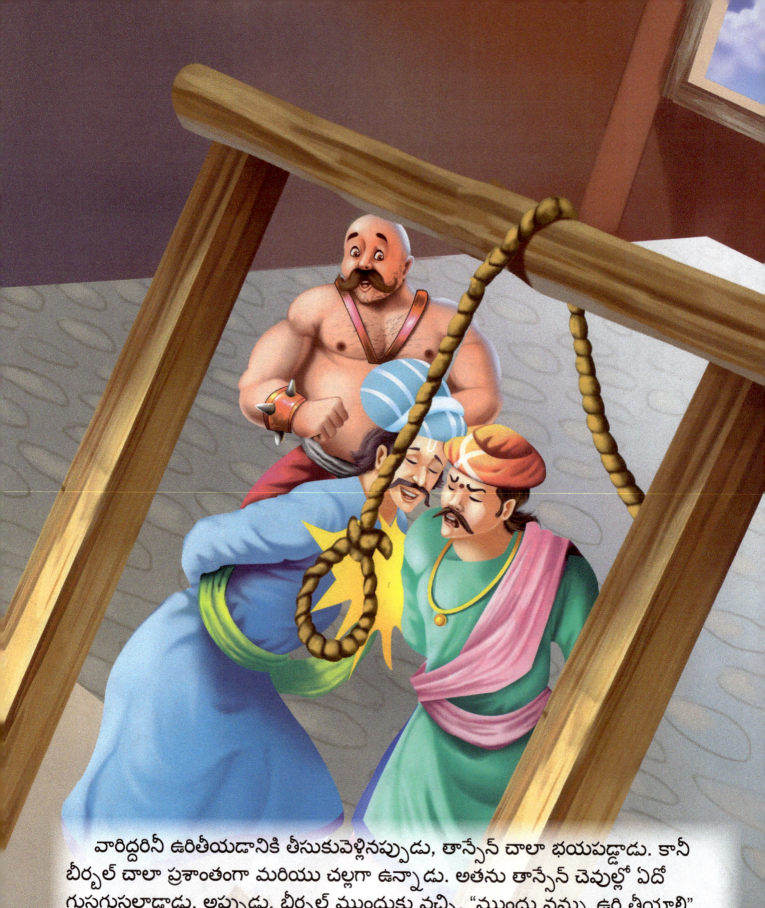

వారిద్దరినీ ఉరితీయడానికి తీసుకువెళ్లినప్పుడు, తాన్సేన్ చాలా భయపడ్డాడు. కానీ బీర్బల్ చాలా ప్రశాంతంగా మరియు చల్లగా ఉన్నాడు. అతను తాన్సేన్ చెవుల్లో ఏదో గుసగుసలాడాడు. అప్పుడు, బీర్బల్ ముందుకు వచ్చి, "ముందు నన్ను ఉరి తీయాలి" అన్నాడు. అయితే ముందుగా అతడిని ఉరి తీయాలి అంటూ తాన్సేన్ అతన్ని పక్కకు నెట్టేశాడు. వారి వింత ప్రవర్తనకు ఉరిశిక్షకులు ఆశ్చర్యపోయారు. వారు వెంటనే దాని గురించి రష్యా చక్రవర్తికి తెలియజేసారు.

వారి వింత ప్రవర్తనకు కారణాన్ని తెలుసుకోవాలని చక్రవర్తి చాలా ఆసక్తిగా ఉన్నాడు. అని అడిగినప్పుడు, బీర్బల్, "అయ్యా, అక్బర్ రాజు జ్యోతిష్కుడు అతని దూతలను చంపడం ద్వారా మిమ్మల్ని పాపిగా చేస్తే, అతను మిమ్మల్ని సులభంగా జయించగలడని అతనికి సూచించాడు" అని చెప్పాడు. రష్యా చక్రవర్తి తన మనసు మార్చుకున్నాడు మరియు వారిద్దరినీ విడిపించమని తన మనుషులను ఆదేశించాడు. రాజు అక్బర్‌కి ఇవ్వాల్సిన ఉత్తరాన్ని కూడా వారికి ఇచ్చాడు.

బీర్బల్ మరియు తాన్సేన్ లేఖతో అక్బర్ కోర్టుకు తిరిగి వచ్చారు. అక్బర్ ఏదైనా చెప్పకముందే.

తాన్సేన్ అక్బర్‌తో ఇలా అన్నాడు, "యువర్ హైనెస్! నాకు ప్రధానమంత్రి అయ్యే అర్హత లేదు. ఎవరూ ఓడించలేరు.

బీర్బల్ తెలివిగా." మిగతా సభికులందరూ సిగ్గుతో తల దించుకున్నారు.

మూడు ప్రశ్నలు

ఒకరోజు, అక్బర్ చక్రవర్తి తన మూడు ప్రశ్నలకు తగిన సమాధానాలు చెప్పమని తన సభికులను కోరాడు. అక్బర్ అడిగారు, ఈ క్రింది ప్రశ్నలు: -ఈ రోజు ఉన్నది మరియు రేపు కూడా అలాగే ఉంటుంది?
-ఈ రోజు ఉన్నది మరియు రేపు ఉండదు ఏమిటి?
ఈ రోజు లేనిది రేపు ఉంటుంది ఏమిటి?

సభికులందరూ ఈ ప్రశ్నలకు సమాధానమివ్వడానికి తమ శాయశక్తులా ప్రయత్నించారు. అయితే వారి సమాధానాల పట్ల అక్బర్ సంతృప్తి చెందలేదు. అని బీర్బల్ని అడిగినప్పుడు, "మహారాజు! మీ ప్రశ్నలకు తగిన సమాధానాలు పొందాలంటే, మారువేషంలో నాతో పాటు పట్టణానికి రావాలి" అన్నాడు.

అక్బర్ మరియు బీర్బల్ సాధువుల వేషం వేసుకుని మార్కెట్ ప్లేస్ కు చేరుకున్నారు. మొదట, వారు ఎ షాపింగ్ చేసి, పాఠశాల నిర్మాణానికి వెయ్యి రూపాయలు విరాళంగా ఇవ్వాలని దుకాణదారుని అడిగాడు.

దుకాణదారుడు సంతోషంగా అంగీకరించారు. వారు దుకాణం నుండి బయటకు వెళ్ళేటప్పుడు, బీర్బల్ అక్బర్‌తో ఇలా అన్నాడు, "మీ శ్రేయోభిలాషి! మాకు సమాధానం వచ్చింది మీ మొదటి ప్రశ్న. ఈ రోజు దుకాణదారుడి వద్ద ఉన్నదంతా అతని వద్దే ఉంటుంది. అలాగే, అతని మంచి అతను భవిష్యత్తులో కూడా సంపాదించడానికి ఉద్దేశాలు సహాయపడతాయి."

వారు ముందుకు వెళుతుండగా, కొంత ఆహారం ఆస్వాదిస్తున్న ఒక బిచ్చగాడు కనిపించాడు. అతను దానిని భిక్షగా పొందాడు. బీర్బల్ తన ఆహారాన్ని వారితో పంచుకోమని అడిగాడు. అతను కోపంగా ఉన్నాడు మరియు తన ఆహారాన్ని పంచుకోవడానికి నిరాకరించాడు. బీర్బల్ అక్బర్ వైపు తిరిగి, "మహారాజు! ఇదిగో మీ రెండవ ప్రశ్నకు సమాధానం. బిచ్చగాడి స్వార్థం అతనికి ఈరోజు లభించినది భవిష్యత్తులో ఉండనివ్వదు" అన్నాడు.

ఇప్పుడు, వారు మరింత నడిచారు. కొంతదూరంలో చెట్టుకింద తపస్సు చేస్తున్న సన్యాసిని చూశాడు. బీర్బల్ అతనికి కొంత డబ్బు ఇచ్చాడు. కానీ సన్యాసి దానిని తీసుకోవడానికి నిరాకరించి, "నాకు ప్రాపంచిక సుఖాల పట్ల ఆసక్తి లేదు." బీర్బల్ అన్నాడు, "మహారాజు! మీ మూడవ ప్రశ్నకు సమాధానం దొరికింది. ఈ రోజు ఈ పవిత్రుడు ప్రాపంచిక సుఖాలను త్యాగం చేసాడు, కానీ తన తదుపరి జన్మలో వాటిని అనుభవించగలడు."

అతను ఇంకా ఇలా అన్నాడు, "మీరు గతంలో చేసిన మంచి పనుల వల్ల మీరు కూడా చక్రవర్తిగా మంచి జీవితాన్ని కలిగి ఉన్నారు. మీరు మంచిగా మరియు ఇతరులకు సహాయం చేస్తూ ఉంటే భవిష్యత్తులో కూడా మీకు అలాంటి జీవితం ఉంటుంది." బీర్బల్ సమాధానాలతో చక్రవర్తి సంతృప్తి చెందాడు మరియు అతని జ్ఞానాన్ని మెచ్చుకున్నాడు.

బీర్బల్ యొక్క ఖిచ్డీ

అది చలికాలం. చెరువులన్నీ స్తంభించిపోయాయి. కోర్టు వద్ద, అక్బర్ బీర్బల్‌ను అడిగాడు, "చెప్పండి బీర్బల్, డబ్బు కోసం మనిషి ఏమైనా చేస్తాడా?" బీర్బల్, "అవును, మీ రాజ్యం" అని బదులిచ్చాడు. చక్రవర్తి దానిని నిరూపించమని ఆదేశించాడు. మరుసటి రోజు బీర్బల్ ఒక పేద బ్రాహ్మణుడితో కలిసి కోర్టుకు వచ్చాడు. అతని కుటుంబం ఆకలితో అలమటించింది. డబ్బు కోసం బ్రాహ్మణుడు దేనికైనా సిద్ధమని బీర్బల్ రాజుతో చెప్పాడు.

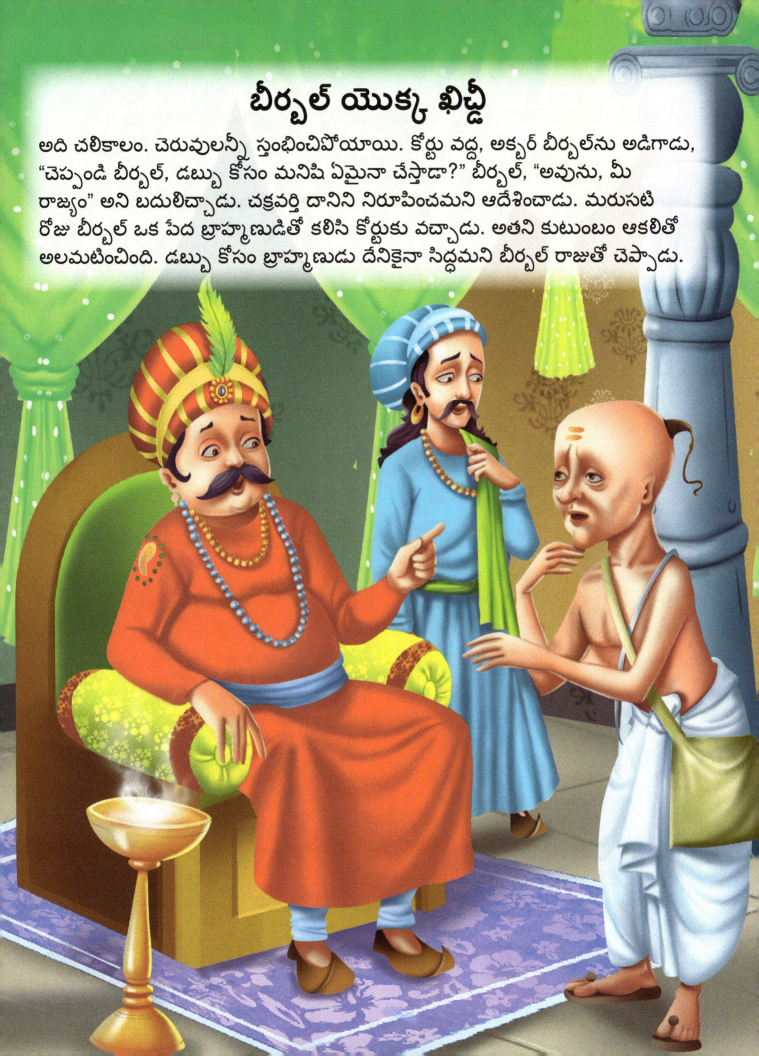

రాజు బ్రాహ్మణుడికి డబ్బు కావాలంటే గడ్డకట్టిన చెరువులో రాత్రి అంతా బట్టలు లేకుండా ఉండమని ఆదేశించాడు. రాత్రంతా పేద బ్రాహ్మణుడు చలికి వణుకుతూ చెరువులోపల నిలబడి ఉన్నాడు. రివార్డు అందుకోవడానికి మరుసటి రోజు కోర్టుకు తిరిగి వచ్చాడు. రాజు అడిగాడు, "ముందు నువ్వు చెప్పు, రాత్రంతా చలిని ఎలా తట్టుకోగలిగావు?" అమాయక బ్రాహ్మణుడు, "నేను రాజభవనంలో వెలిగించిన దీపం చూడగలిగాను" అని సమాధానమిచ్చాడు. చెల్లించేందుకు అక్బర్ నిరాకరించాడు అతనికి అతని బహుమతి, "నీకు దీపం నుండి వెచ్చదనం వచ్చింది మరియు అది మిమ్మల్ని చలి నుండి రక్షించింది. కాబట్టి, మీరు చేయరు మీ బహుమతి పొందండి."

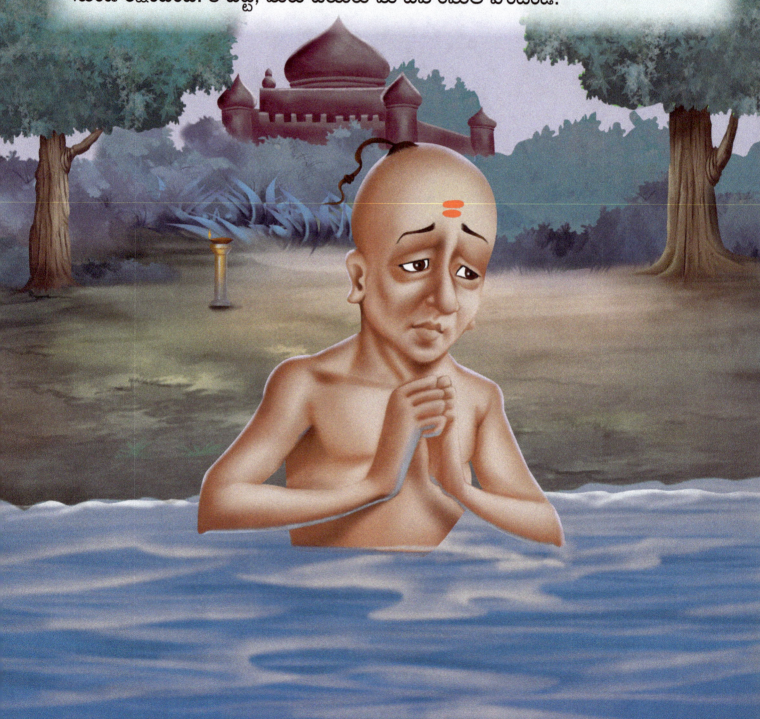

పేద బ్రాహ్మణుడు అతనితో వాదించలేక పూర్తిగా నిరుత్సాహపడి ఇంటికి తిరిగి వెళ్ళాడు. బీర్బల్ రాజుకు వివరించడానికి ప్రయత్నించాడు కానీ అతను బీర్బల్ చెప్పేది వినడానికి మూడ్ లేదు. బీర్బల్ చాలా అసంతృప్తి చెందాడు రాజుతో మరియు కోర్టుకు వెళ్ళలేదు.

మరుసటి రోజు కూడా బీర్బల్ రాకపోవడంతో అక్బర్ స్వయంగా బీర్బల్ ఇంటికి వెళ్లాడు. అక్బర్ బీర్బల్ నిప్పులు కురిపించడం చూశాడు. మంటల నుండి ఒక గజం ఎత్తులో, అతను ఉడకని ఖిచ్డీని ఉంచాడు. రాజు అడిగాడు, “ఒక గజం దూరంలో ఉన్న నిప్పుతో ఈ ఖిచ్డీ ఎలా వండుతుంది? బీర్బల్ మీది ఏమైంది?” బీర్బల్ ఇలా జవాబిచ్చాడు, “నా ప్రభూ! ఒక వ్యక్తి దీపం నుండి వెచ్చదనం పొందడం సాధ్యమైనప్పుడు

మైలు దూరంలో, నిప్పు నుండి కేవలం ఒక గజం దూరంలో ఉన్న ఖిచ్డీని ఉడికించడం సాధ్యమవుతుంది.”

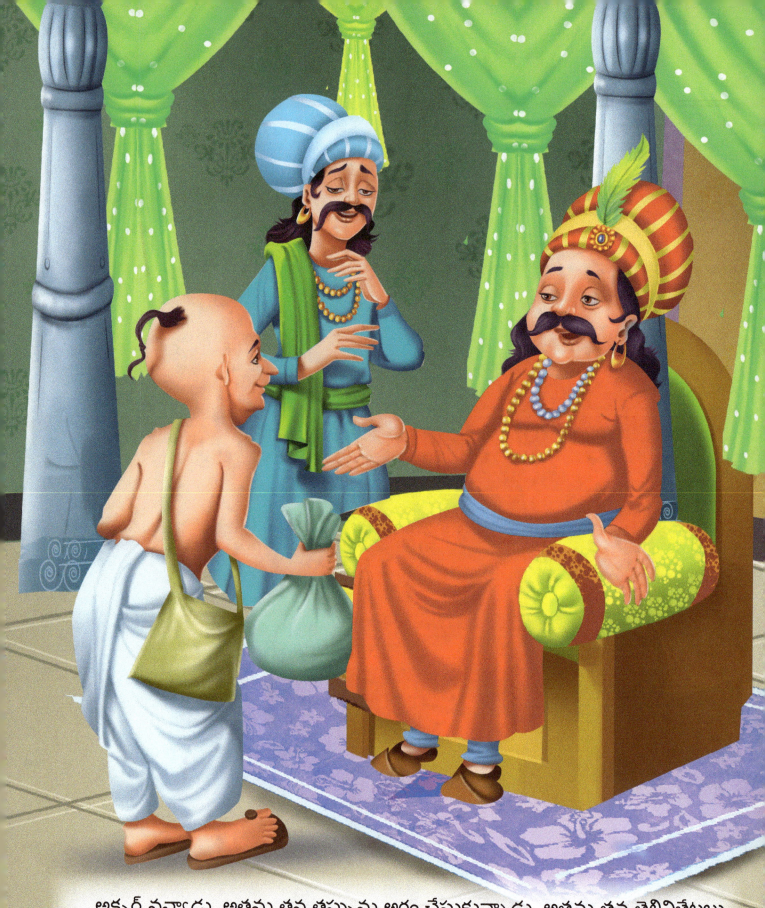

అక్బర్ నవ్వాడు. అతను తన తప్పును అర్థం చేసుకున్నాడు. అతను తన తెలివితేటలు మరియు సరైన తార్కికం కోసం బీర్బల్‌ను మెచ్చుకున్నాడు. అతను పేద బ్రాహ్మణుడిని పిలిచి అతనికి బంగారు నాణేలను బహుమతిగా ఇచ్చాడు. పేద బ్రాహ్మణుడు చాలా సంతోషించాడు.

తలపాగా పోటీ

రాజు అక్బర్ ఒక సమయంలో బీర్బల్ తన ఆస్థానంలో తన తలపాగాను కట్టుకునే విధానాన్ని ప్రశంసించాడు. వినగానే బీర్బల్ యొక్క ప్రశంసలు, ముల్లా-దో-ప్యాజా అనే ఒక చీఫ్, చాలా అసూయగా భావించి, "ఇందులో చాలా గొప్ప విషయం ఏమిటి? | బీర్బల్ కంటే మెరుగ్గా తలపాగా కట్టగలడు."

రాజు అక్బర్ మరుసటి రోజు తన సామర్థ్యాన్ని నిరూపించుకోమని ముల్లాను కోరాడు. ముల్లా చాలా థ్రిల్ అయ్యాడు. మరుసటి రోజు, అతను చాలా త్వరగా కోర్టుకు చేరుకున్నాడు. తలపాగా కట్టినందుకు సభికులందరూ అతనిని ప్రశంసించారు; ఇది నిజంగా బీర్బల్ కంటే మెరుగ్గా ఉంది. అక్బర్ బీర్బల్‌తో కలిసి వచ్చి చాలా సంతోషించాడు. అతను ముల్లాను మెచ్చుకుంటూ, "నిజంగా ఈ తలపాగా బీర్బల్ కంటే మెరుగ్గా కట్టబడింది" అన్నాడు.

బీర్బల్ అన్నాడు, "మహారాజు! ముల్లా తానే తలపాగా కట్టుకోలేదు. అతని భార్య అతనికి కట్టింది. ముల్లా తన తలపాగాను విప్పి, ఈ కోర్టులో మళ్ళీ కట్టనివ్వండి. అప్పుడు మాత్రమే, ఎవరు మంచి తలపాగా కట్టుకోవాలో నిర్ణయించుకోవాలి. మార్గం." రాజు బీర్బల్‌తో ఏకీభవించాడు. కాబట్టి, అతను ముల్లాను తన తలపాగా తీసి మళ్లీ ముందు కట్టమని అడిగాడు ప్రతి ఒక్కరూ. ముల్లా తన తలపాగా తీశాడు. కానీ అద్దం సహాయం లేకుండా మళ్లీ కట్టలేకపోయాడు.

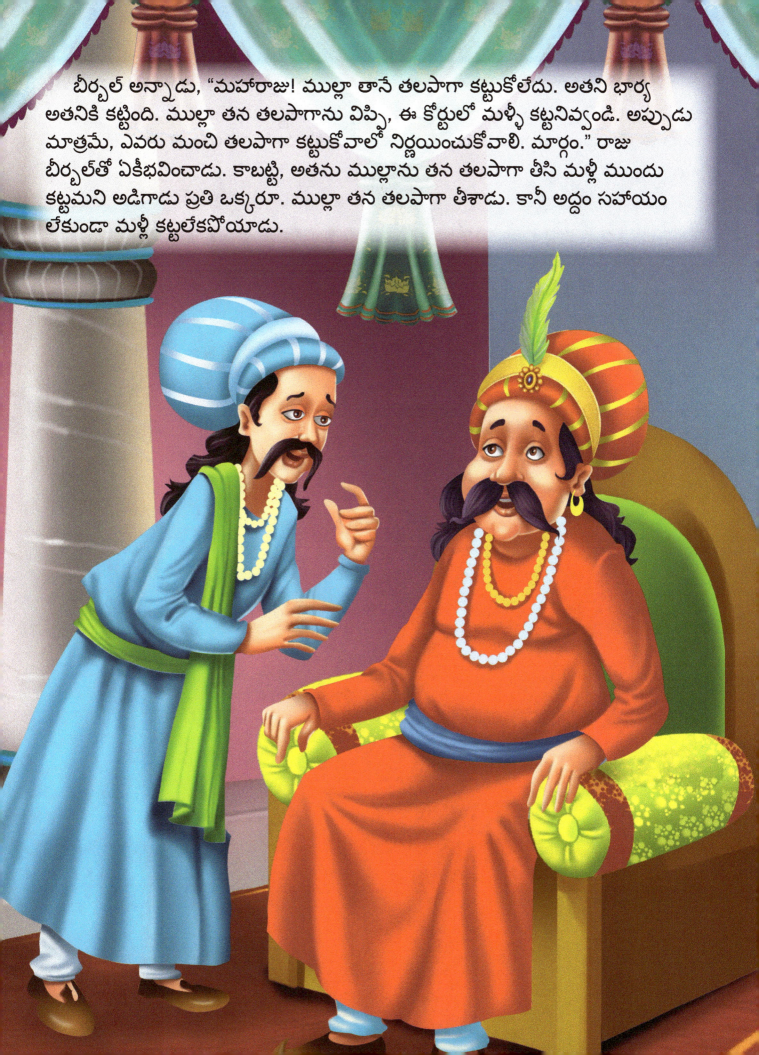

బీర్బల్ చిరునవ్వు నవ్వి, "ఏం సమస్య, ముల్లా?" ముల్లా ఏమీ మాట్లాడలేదు మరియు అతనిని ప్రయత్నించాడు తలపాగా వేయడం ఉత్తమం. అద్దం లేకపోవడంతో తలపాగాను అంత అపరిశుభ్రంగా కట్టాడు కోర్టులోని ప్రజలు అతనిని చూసి నవ్వడం ప్రారంభించారు.

రాజు అక్బర్ ఇలా అన్నాడు, "కాబట్టి, బీర్బల్ చెప్పింది నిజమే, ముల్లా! అన్నింటికీ అర్హమైనది నువ్వు కాదు నీ భార్య. ప్రశంసలు." ముల్లాకు చెప్పడానికి ఏమీ లేదు మరియు చాలా సిగ్గుపడ్డాడు.

అయినప్పటికీ, బీర్బల్ యొక్క తెలివి మరియు వివేకం కారణంగా సభికులు మరియు రాజు అందరూ అతనిపై ప్రశంసలు కురిపించారు.

బీర్బల్ యొక్క న్యాయం

ఒకసారి ఒక నడివయసు స్త్రీ అక్బర్ ఆస్థానానికి వచ్చింది. ఆ మహిళ తనతో పాటు ఓ వ్యక్తిని ఈడ్చుకెళ్లింది.

ఆమె అక్బర్ ముందు వచ్చి, "ఓ మై లార్డ్! ఈ వ్యక్తి నా నగలన్నీ లాక్కున్నాడు" అని ఫిర్యాదు చేసింది. అక్బర్ ఈ కేసును ఛేదించాలని బీర్బల్‌ను కోరాడు.

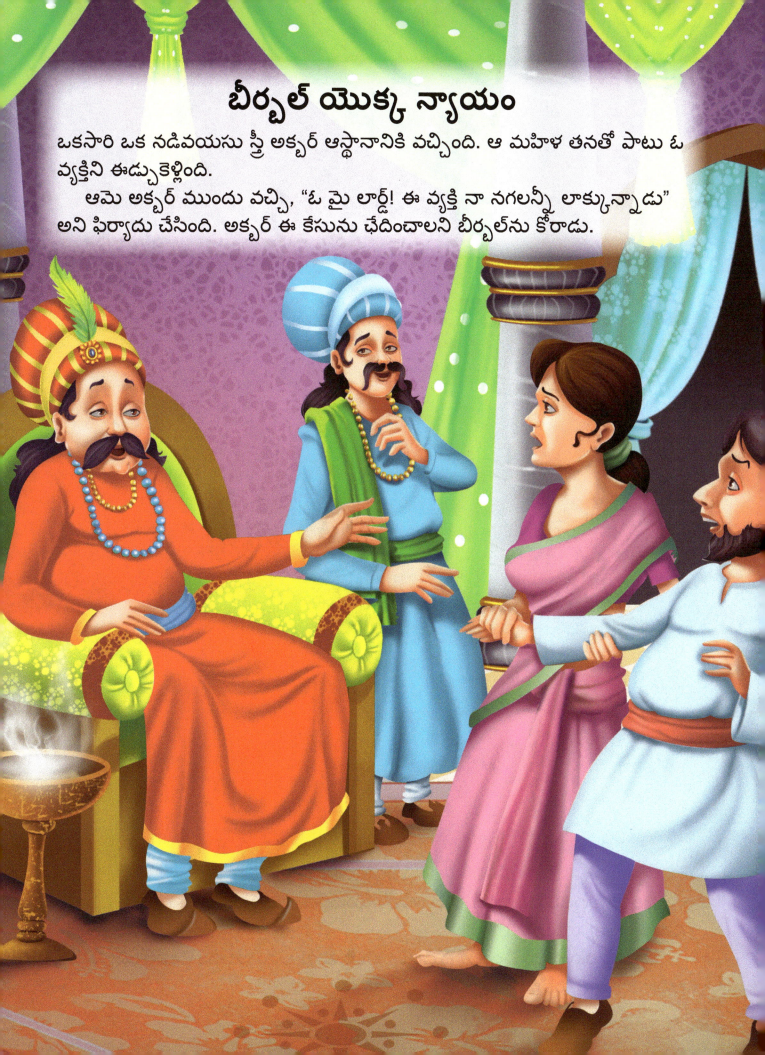

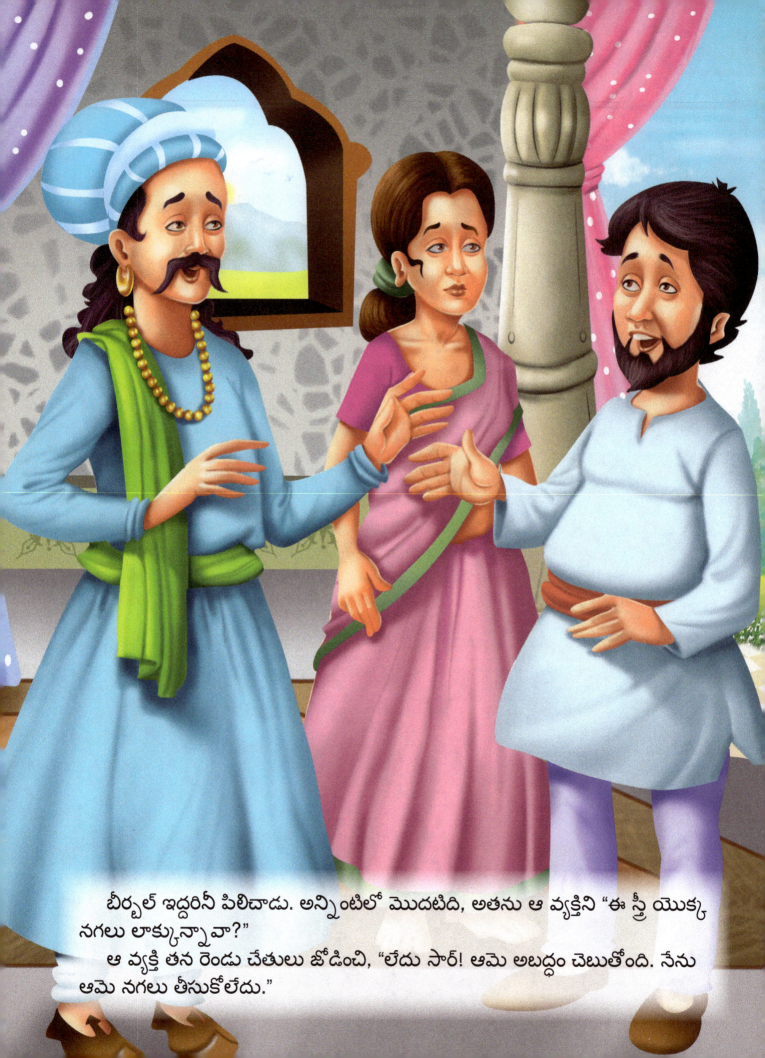

బీర్బల్ ఇద్దరినీ పిలిచాడు. అన్నింటిలో మొదటిది, అతను ఆ వ్యక్తిని "ఈ స్త్రీ యొక్క నగలు లాక్కున్నావా?"

ఆ వ్యక్తి తన రెండు చేతులు జోడించి, "లేదు సార్! ఆమె అబద్ధం చెబుతోంది. నేను ఆమె నగలు తీసుకోలేదు."

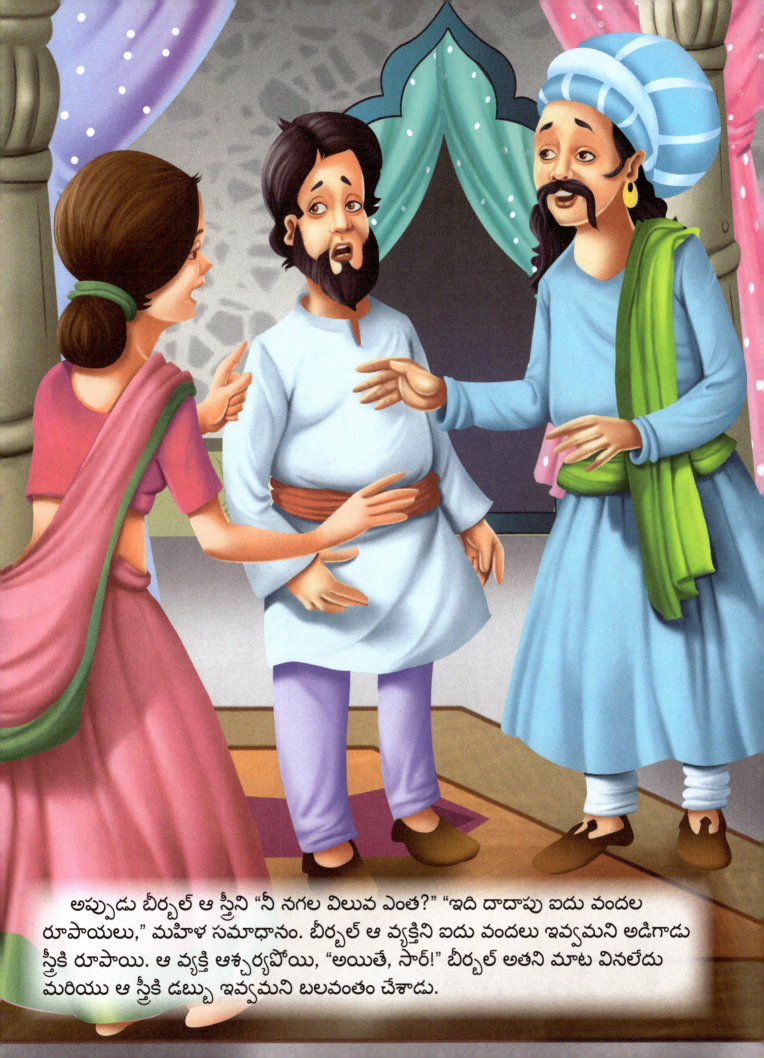

అప్పుడు బీర్బల్ ఆ స్త్రీని "నీ నగల విలువ ఎంత?" "ఇది దాదాపు ఐదు వందల రూపాయలు," మహిళ సమాధానం. బీర్బల్ ఆ వ్యక్తిని ఐదు వందలు ఇవ్వమని అడిగాడు స్త్రీకి రూపాయి. ఆ వ్యక్తి ఆశ్చర్యపోయి, "అయితే, సార్!" బీర్బల్ అతని మాట వినలేదు మరియు ఆ స్త్రీకి డబ్బు ఇవ్వమని బలవంతం చేశాడు.

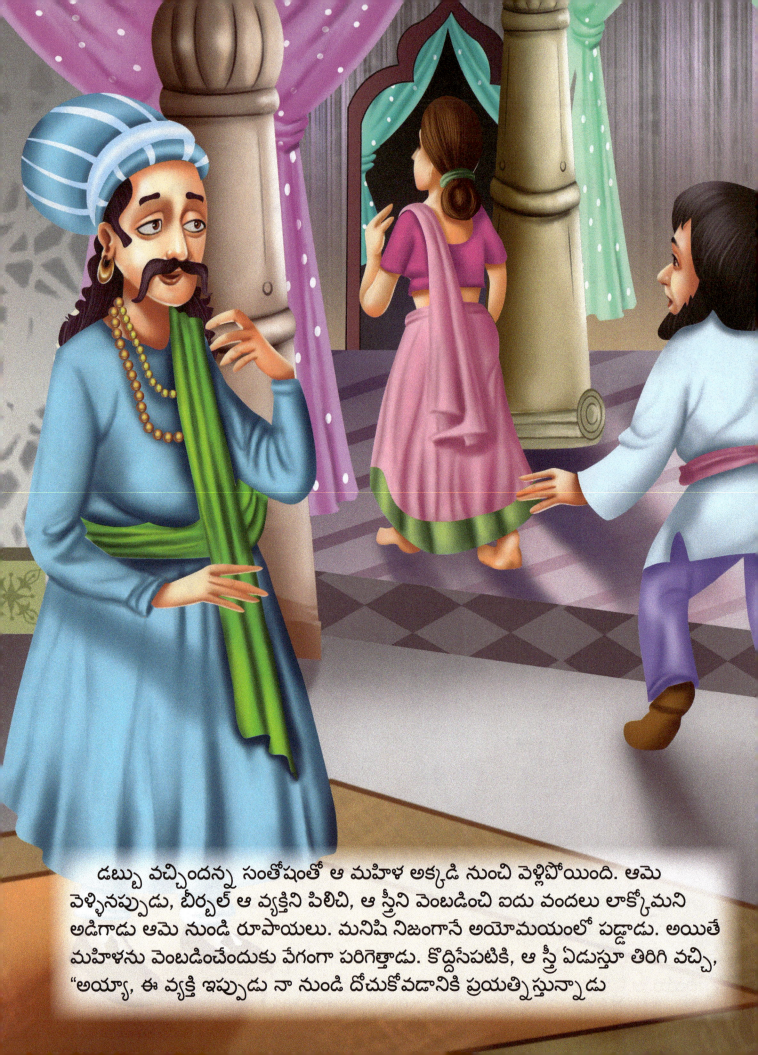

డబ్బు వచ్చిందన్న సంతోషంతో ఆ మహిళ అక్కడి నుంచి వెళ్లిపోయింది. ఆమె వెళ్ళినప్పుడు, బీర్బల్ ఆ వ్యక్తిని పిలిచి, ఆ స్త్రీని వెంబడించి ఐదు వందలు లాక్కోమని అడిగాడు ఆమె నుండి రూపాయలు. మనిషి నిజంగానే అయోమయంలో పడ్డాడు. అయితే మహిళను వెంబడించేందుకు వేగంగా పరిగెత్తాడు. కొద్దిసేపటికి, ఆ స్త్రీ ఏడుస్తూ తిరిగి వచ్చి, “అయ్యా, ఈ వ్యక్తి ఇప్పుడు నా నుండి దోచుకోవడానికి ప్రయత్నిస్తున్నాడు

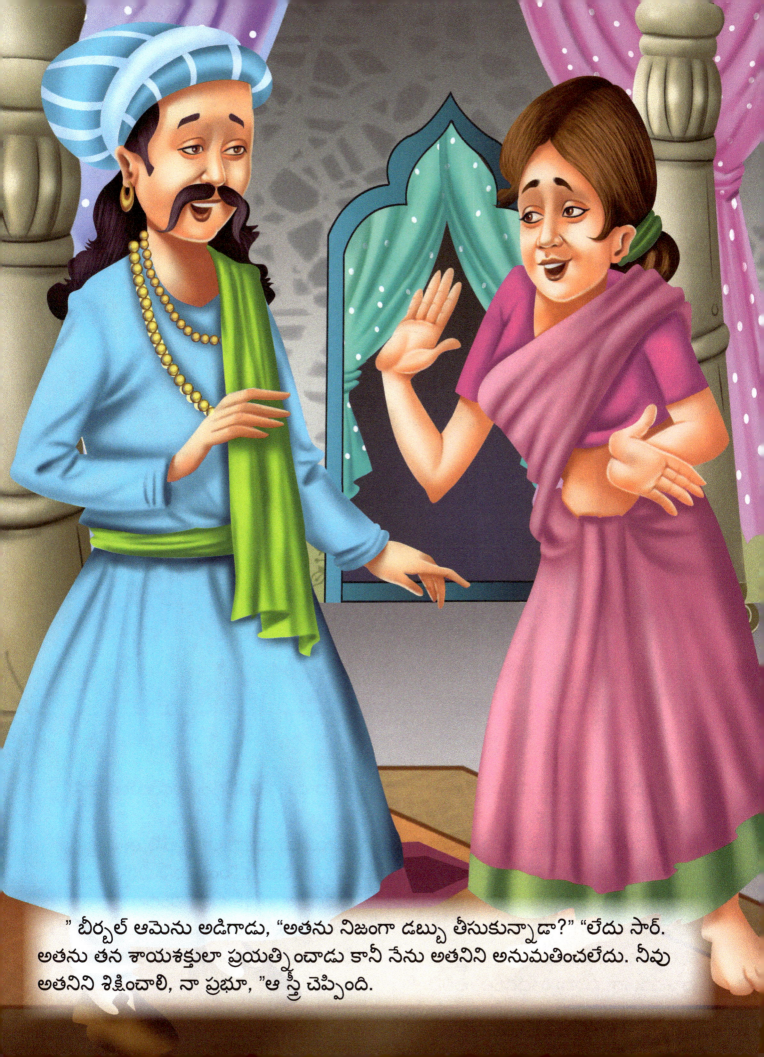

" బీర్బల్ ఆమెను అడిగాడు, "అతను నిజంగా డబ్బు తీసుకున్నాడా?" "లేదు సార్. అతను తన శాయశక్తులా ప్రయత్నించాడు కానీ నేను అతనిని అనుమతించలేదు. నీవు అతనిని శిక్షించాలి, నా ప్రభూ, "ఆ స్త్రీ చెప్పింది.

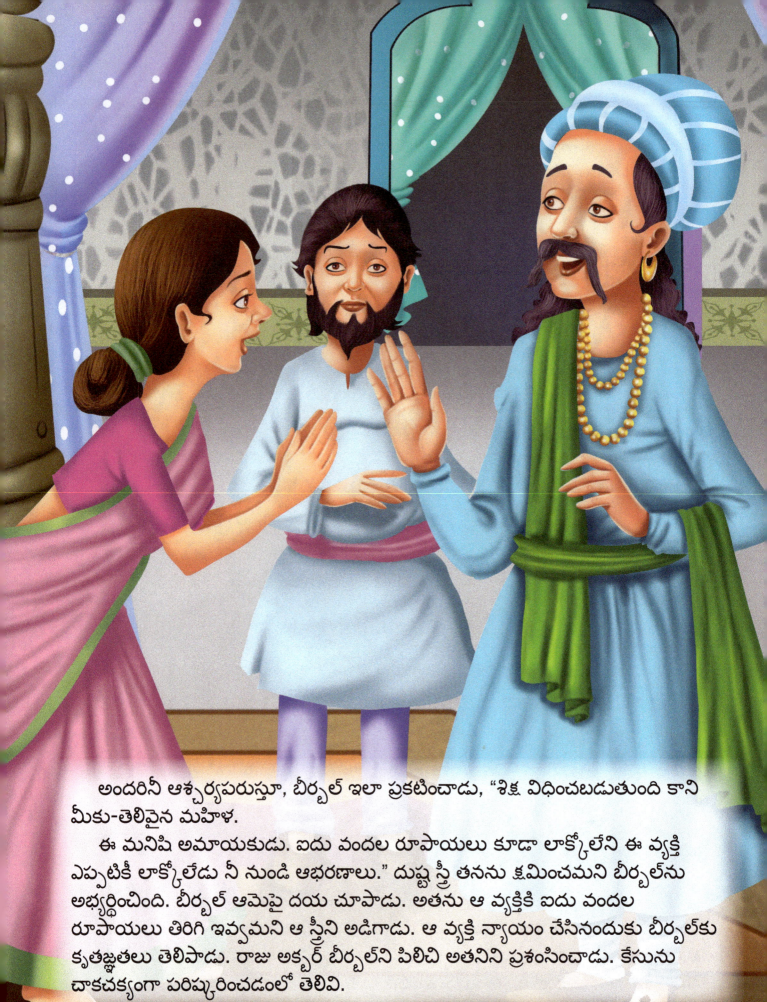

అందరినీ ఆశ్చర్యపరుస్తూ, బీర్బల్ ఇలా ప్రకటించాడు, "శిక్ష విధించబడుతుంది కాని మీకు-తెలివైన మహిళ.

ఈ మనిషి అమాయకుడు. ఐదు వందల రూపాయలు కూడా లాక్కోలేని ఈ వ్యక్తి ఎప్పటికీ లాక్కోలేడు నీ నుండి ఆభరణాలు." దుష్ట స్త్రీ తనను క్షమించమని బీర్బల్ ను అభ్యర్థించింది. బీర్బల్ ఆమెపై దయ చూపాడు. అతను ఆ వ్యక్తికి ఐదు వందల రూపాయలు తిరిగి ఇవ్వమని ఆ స్త్రీని అడిగాడు. ఆ వ్యక్తి న్యాయం చేసినందుకు బీర్బల్ కు కృతజ్ఞతలు తెలిపాడు. రాజు అక్బర్ బీర్బల్ ని పిలిచి అతనిని ప్రశంసించాడు. కేసును చాకచక్యంగా పరిష్కరించడంలో తెలివి.

అక్బర్ మీసం

ఒకరోజు, చక్రవర్తి తన గదిలో విశ్రాంతి తీసుకుంటున్నాడు. రాణి వాళ్ళ కొడుకుని తీసుకొచ్చి ఒడిలో పెట్టుకుంది. రాజు అక్బర్ అతనిని తన చేతుల్లోకి తీసుకొని అతనితో ఆడుకోవడం ప్రారంభించాడు.

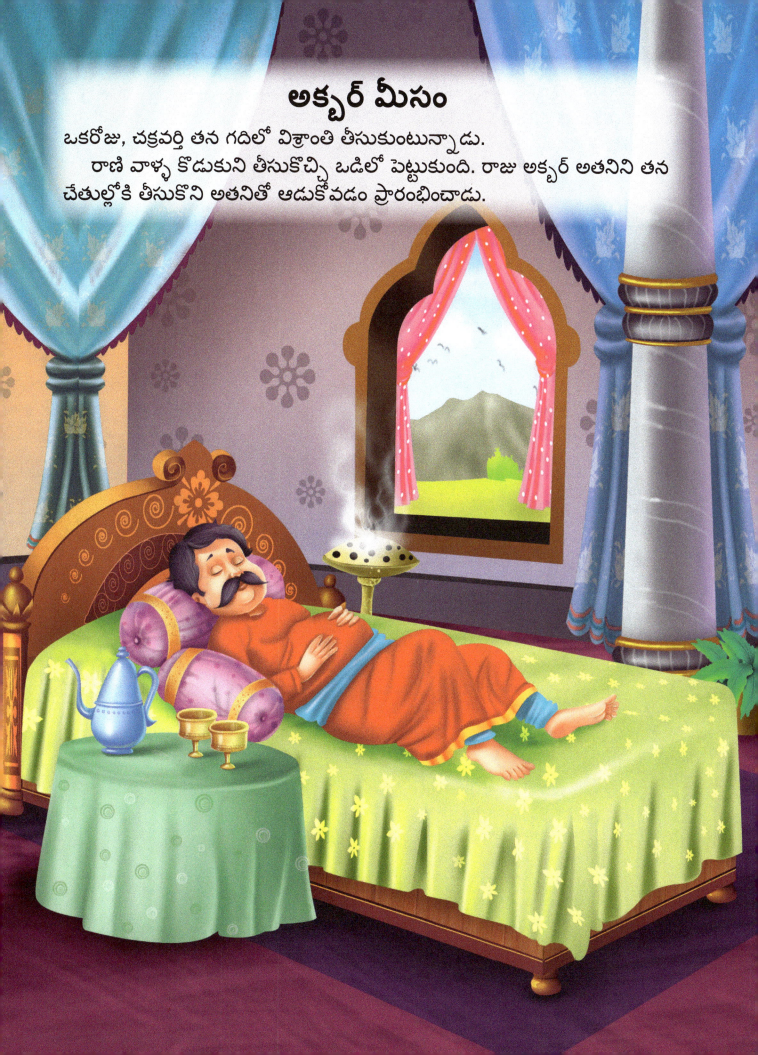

ఆడుతున్నప్పుడు, చిన్న యువరాజు అక్బర్ మీసాలు పట్టుకుని గట్టిగా తిప్పాడు. చాలా కష్టపడి ఆ కుర్రాడి పట్టు నుండి విడిపించుకున్నాడు.

మరుసటి రోజు, అక్బర్ కోర్టుకు వచ్చినప్పుడు, "ఎవరైనా మీ మీసాలు లాగితే ఏమి శిక్ష వేయాలి?" అని సభికులను అడిగాడు. అందరూ రకరకాల సలహాలు ఇచ్చారు కానీ ఎవరి సమాధానం చక్రవర్తిని సంతృప్తి పరచలేదు.

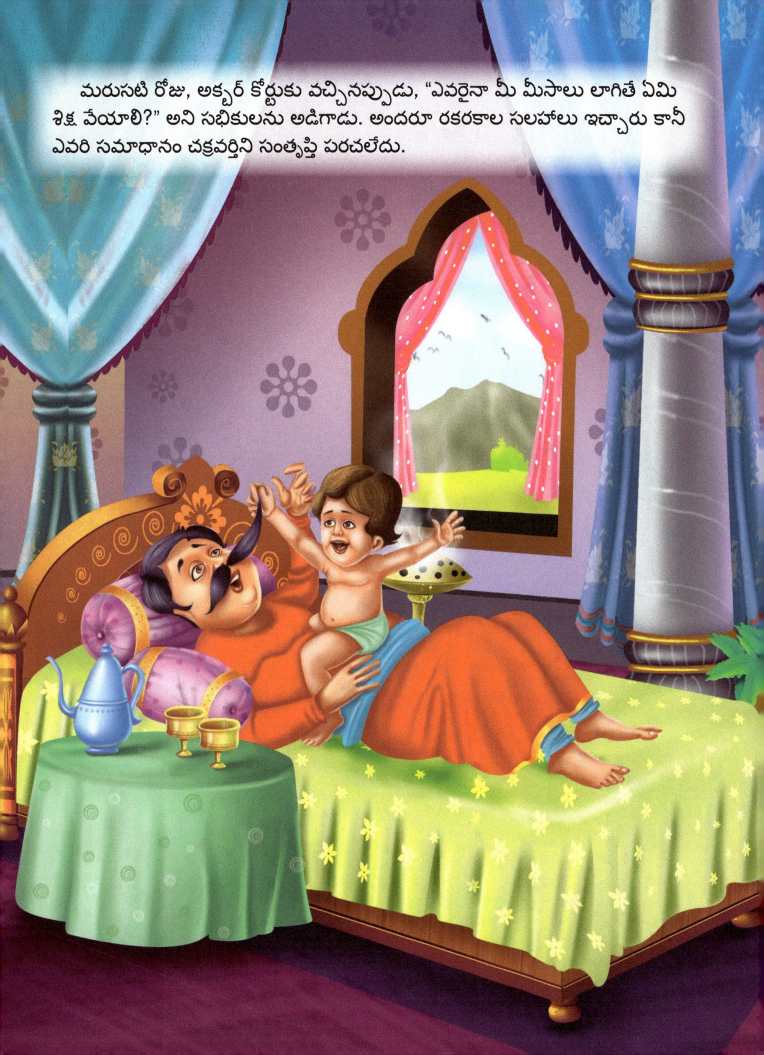

సభికులందరిలో, అక్బర్ బీర్బల్ను ఎక్కువగా విశ్వసించాడు మరియు అతని జ్ఞానానికి మెచ్చుకున్నాడు. కాబట్టి, అతను తన ప్రశ్నకు సమాధానం చెప్పమని బీర్బల్ను అడిగాడు.

బీర్బల్, "మీ మహిమా! ఆయనకు స్వీట్లు అందించాలి" అని జవాబిచ్చాడు. ఈ సమాధానానికి చక్రవర్తి చిరునవ్వు నవ్వి, "అతనికి స్వీట్లు ఎందుకు అందించాలి?" బీర్బల్ ఇలా అన్నాడు, "యువరా! అక్బర్ సమాధానానికి చాలా సంతోషించాడు మరియు బీర్బల్ అతని తెలివి మరియు వివేకం కోసం ప్రశంసించాడు.

Printed in the USA
CPSIA information can be obtained
at www.ICGtesting.com
LVHW081600271023
762359LV00050B/1180